சத்திமுத்தப் புலவர்

(நாடகம்)

பாவேந்தர் பாரதிதாசன்

Title: Sathimutha Pulavar

Author: Bharathidasan

Language: Tamil

First Published on: 1965

Year of Publication: 2024

Book Format: Paperback

*Page Size: 6inch * 9inch*

Category: Fiction

Subject: Drama

No. of pages: 60

ISBN: 978-81-990238-9-5

Published by: Nilan Publishers, Madurai, Tamilnadu, India

பொருளடக்கம்

குறிப்புகளுக்காக

சத்திமுத்தப் புலவர் நாடகம் பற்றிய

குறிப்புகள்

பாரதிதாசன் அவர்கள் படைத்த 'இன்பக்கடல்', 'சத்திமுத்தப் புலவர்' ஆகிய இரண்டு சிறு நாடகங்கள் 27-10-1950-இல், புதுச்சேரி, பாரதிதாசன் பதிப்பகம் வழி வெளியானது.

பின் இந்நாடகத்தைப் பாரிநிலையம், 59-பிராட்வே, சென்னை-1 வெளியிட்டது.

முதற்பதிப்பு: மார்ச், 1965; மூன்றாம் பதிப்பு: மே, 1974. இதனை வெளியிட்டோர் பாரிநிலையம் சென்னை.

இந்த நாடகம் ஓர் அரிய சொல்லோவியம்! இயல்பான எதுகை மோனைகளின் நடனசாலை! புரட்சிப் பாவலரின் கற்பனை மாளிகை! தமிழின் சுவைக்குச் சுவைகூட்டும் நாடக அமுதம்! ஒரு நாடகத்தை இப்படியும் படைக்க முடியும் என்பதனை உலகுக்கு உணர்த்தும் முதல் காவியப் படைப்பு! வேறென்ன சொல்ல? படியுங்கள், படித்துச் சுவைத்து மகிழுங்கள்!

பாரதிதாசன் அந்நூலுக்கு ஒரு முன்னுரை எழுதியிருந்தார், ஆக்கியோன் முன்னுரை என. அது பின்வருமாறு:

ஆக்கியோன் முன்னுரை

தமிழர் மேன்மையைக் காட்டும் கருத்துக்கள் பல உருவங்களில் தோன்றித் தோன்றி நினைவைக் கவர்வதுண்டு! சும்மா இருந்துவிட முடிகின்றதா!

அவ்வப்போது எழுதிக் கிடைத்த ஏட்டில் வெளியிட்டு வைத்தவைகளே இந்த நாடகங்கள்.

இப்போது நல்லதொரு வாய்ப்புக் கிடைத்தது அந்த நாடகங்கட்கு. பாரிநிலையத்தார் இவற்றை நல்ல முறையில் ஒன்று சேர்த்து அச்சிட்டு வெளியிட இசைந்தார்கள் இல்லையா?

பாரி நிலையத்தார்க்கு என் நன்றி! தமிழர்கள் ஆதரிக்க. இஃது என் விண்ணப்பம்.

-பாரதிதாசன்

சத்திமுத்தப் புலவர்

காட்சி: 1

***இடம்** : மாளிகை, மன்னி (அரசி) அறை*
***காலம்** : வேனில், மாலை*
***காட்சி உறுப்பினர்** : பாண்டியன் - பாண்டி மன்னி.*

பாண்டியன்:
மங்கையே மாளிகைக்கு நேர்
வந்து நிற்கின்றது தேர்
திரும்பிப் பார்
வந்து சேர்
இவ்வெயிலை யார்
பொறுத்திருப் பார்?

மன்னி:
ஆம் அத்தான் வெப்பந்தணிக்கும் சோலை
மாமரச் சாலை
மணமலர் மூலைக்கு மூலை!
அதைவிட இங்கென்ன வேலை?
அடடா வெயில் உரிக்கிறது தோலை! (புறப்படுகிறார்கள்)

பாண்டியன்:
புறப்பட்டு விட்டாயா!
கையோடு கை கோத்து

மெய்யோடு மெய் சேர்த்து
நடந்து வா! காத்து
நிற்கும் தேரிலேறு பார்த்துப் பார்த்து
(அணைத்து ஏற்றிவிடுகிறான்)

மன்னி:

நீங்கள் ஏற என்ன தடை?
நசுங்கி விடாது என் துடை
குதிரை தொடங்கட்டும் பெரு நடை
பாகனுக்குக் கொடுங்கள் விடை.

பாண்டியன்:

(பாட்டு)

மனங்குளிர இளம் பரிதி
தடம் பயில ஓட்டடா!
குளம்படியின் சதங்கை ஒலி
ததும்ப இனி ஓட்டடா,
தீட்டியதோர் சாட்டை நுனி
காட்டி இனி ஓட்டடா!
கூட்டம் நட மாட்டமது
பார்த்த படி ஓட்டடா

மன்னி:

(பாட்டு)

சாலை முடி வானவுடன்

சோலையினைக் காணலாம்!
மாலையில் உலாவி நலம்
யாவுமினிப் பூணலாம்
(தேர் செல்கிறது)

காட்சி: 2

இடம்: *சோலை*

காலம்: *மேற்படி*

காட்சி உறுப்பினர்: *மேற்படி.*

பாண்டியன்:

பெண்ணே

சோலையைக் காண நேர்ந்தது,

தேர் வந்து சேர்ந்தது

தொல்லை தீர்ந்தது

உலவும் வேலை நம்மைச் சார்ந்தது

தென்றல் ஆர்ந்தது!

அதில் மணம் ஊர்ந்தது

தெவிட்டாது பாடுவதில்

அந்தத் தேன்சிட்டு தேர்ந்தது!

மன்னி:

தேடிக் கொண்டிருக்கும்

மணிப்புறா பாடிக் கொண்டிருக்கும்

அதன் பெட்டை வாடிக் கொண்டிருக்கும்

இரண்டுள்ளமும் ஒன்றையொன்று நாடிக்
கொண்டிருக்கும்

பின் கூடிக் கொண்டிருக்கும்

கூடிக், கூட்டில் பாடிக் கொண்டிருக்கும்

அடடா! குந்திய கிளியோ ஆடிக் கொண்டிருக்கும்

அழகிய ஊஞ்சல்!
(சிறிது விலகி)

பாண்டியன்:
காண்பாய் செவ்வாழையின் காய்
கண்டு திறந்தது மந்தியின் வாய்
மடிவிட்டுப் பிரிந்தது அதன் சேய்
அதோ உதிர்ந்தது சருகு
மான் குட்டிப் பாய்
அது 'மடி சாய்'
என்று வேண்டத் தாய்
பால் தரும் அதனிடம் போய்
மெல்ல நடந்து வரு வாய்
தாங்குமோ உன் கால் நோய்
(பின்னும் சிறிது நடந்து)

மன்னி:
அஆ! மிகப் பெரிய குளம்
சுற்றிலும் புதர்ப்பூக்கள் என்ன வளம்?
தாமரை இலைக் கம் பளம்
அதன்மேல் நீர்முத்து வயிரமடித்த களம்!
வியப்படைகின்றது என் உளம்?
(மற்றொரு புறம் போய்)

பாண்டியன்:
வண்டுகள் இசையரங் காக்கியது ஊரை!

அல்லியும் தாமரையும் அப்படியே
மறைத்தது நீரை!
துள்ளுமீன் அசைத்தது அவற்றின் வேரை.

மன்னி:
ஏன் அத்தான் தாமரை அரும்பா சாரை?
அஞ்சுவதைப் பாருங்கள் அந்தத் தேரை?
(நாரைகளைப் பார்த்து)

பாண்டியன்:
பெண்ணே பார் நாரை நாரை நாரை
அந்த நாரையின் தோற்றம் பார்
வெண்ணிலவு மண்ணுலகுக் களித்த
காணிக்கை போல்
பேணிக் கொள்வார்க்கும்
காணற் கியலாது அதன் மாணிக்கக் கால்

மன்னி:
ஆம் அத்தான் காலில் காணப்படும் செந்நிறத்திற்கு ஒப்பாக
மாணிக்கத்தைக் கூறினீர்கள் அல்லவா?
அதன் உடலை நான் சொல்லவா?
வெண்ணிலவும் அதை வெல்லவா?
முடியும்? என் நல் அவா
ஒன்றே ஒன்று!

பாண்டியன்:

நன்றே சொல் இன்றே!

மன்னி:

நாரையின் கூர்வாய் கண்டீர்களா?
அது எதுபோல் இருக்கிறது விண்டீர்களா?

பாண்டியன்:

கூர்வாய்க்குச் சிறந்த
ஒப்பனை கூற மறந்தேனா?
அறிவு துறந்தேனா?
அல்லது நான் இறந்தேனா?

மன்னி:

அத்தான் அதன் கூர்வாய் காணும் போது,
எதைச் சொன்னால் தோது?
கத்தரிக் கோல் போல் என்றால் ஏன் ஒவ் வாது?

பாண்டியன்:

ஏது?
முடியாது?

மன்னி:

திரண்டு இருக்கிறது நாரையின் அலகு

பாண்டியன்:

சப்பைக் கத்தரிக்கோலை இணை
சொன்னால் ஏற்குமோ உலகு?
பெண்ணே! மாளிகை நண்ணுவோம்?
இதைப் பொறுமையுடன் எண்ணுவோம்!

(போகிறார்கள்)

காட்சி: 3

இடம்: புலவர் இல்லம், சத்திமுத்தச் சிற்றூர்.
காலம்: காலை
காட்சி உறுப்பினர்: சத்திமுத்தப் புலவர், அவர் மனைவி.

மனைவி:
எதைக் கொண்டு அரிசி வாங்கு கின்றது?
அடுப்பில் பூனை தூங்கு கின்றது
பெரிய பையன் கண்ணில் நீர் தேங்கு கின்றது
கைப்பிள்ளை பாலுக்கு ஏங்கு கின்றது
சொன்னால் உங்கள் முகம் சோங்கு கின்றது
எப்படிச் சாவைத் தாங்கு கின்றது?
இப்படியா உங்கள் தமிழ் ஓங்கு கின்றது?

புலவர்:
என் தந்தை தாய் தேடி வைத்த
பொருள் ஒரு கோடி
பசியால் வாடி
என்னை நாடி
என்னைப் பாடிப் புகழ்ந்த
புலவர்க்கு அள்ளிக் கொடுத்தேன் ஓடி ஓடி!
இன்று பசிக்குப் பருக உண்டா
ஒரு துளி புளித்த காடி?
நினைத்தால் தளர்கின்றது என் நாடி.

மனைவி:

நீங்கள் ஏன் அரசரிடம் போகக் கூடாது?
நம் வறுமை ஏன் ஏகக் கூடாது?
ஏன் சொல்லுகிறேன் எனில்
என் மக்கள் உள்ளம் நோகக் கூடாது
அதனால் நான் சாவக் கூடாது.

புலவர்:

பசியானது துன்பக் கடல்
அதில் துடிக்கும் உன் உடல்?
கொதிக்கும் மக்கள் குடல்
எப்படி முடியும் இந்த நிலையில்
உங்களை விட்டு வெளியே புறப் படல்?

மனைவி:

வேறென்ன வழி?
சரியல்லவா என் மொழி?
செல்லா விடில் வருமே பழி?

புலவர்:

அண்டை வீட்டில் அரைப்படி
அரிசி கைம்மாற்று
வாங்கிப், பசி யாற்று.
நாளைக்குக் கொடுத்து விடுவோம்
நம்மிடம் ஏது ஏமாற்று?

மனைவி:

வாங்கி யாயிற்று நேற்று!

புலவர்:

பக்கத்து வீட்டுக் காரி தர ஒப்புவாள்
சென்று கேள்
கூசலாகாது உன் தோள்
பசியோ கடுக்கும் தேள்!

மனைவி:

கேட்டாயிற்றே முந்தா நாள்!

புலவர்:

மக்களைக் கட்டிப் பிடித்து
அருகில் படுத்துப்
போகும் உயிரைப் போகாது தடுத்துக்
கொண்டிரு! கொடுத்துப்
போக ஒன்று மில்லை.
உங்களை வெறுங் கையோடு விடுத்துப்
போகிறேன்.

காட்சி: 4

இடம்: *காட்டு வழி*

காலம்: *மாலை*

காட்சி உறுப்பினர்: *புலவர், மாடு மேய்க்கும் சிறுவன் வழியில்*

புலவர்:

(பாட்டு)

படும் பாட்டை அறியாத பசிநோயே
நெடுங் காட்டில் வந்து மூண்டாயே!
எல்லாம் இருக்கின்ற திருநாடே
இல்லாமை தீருமா இனிமேலே?

புலவர்:

ஆட்டுக்காரத் தம்பி!

பையன்:

ஏன் பாட்டுக்கார அண்ணா?

புலவர்:

எது நகரம்?

பையன்:

இது அகரம்!

புலவர்:
எது பேட்டை?

பையன்:
அதோ மேட்டை
அடுத்த கள்ளிக் காட்டைத்
தாண்டி ஓர் ஓட்டைப்
பிள்ளையார் கோயில்; அதன் சோட்டைப்
பிடித்தால் அடையலாம் ஒரு மேட்டை.
அங்கிருந்து பார்த்தால் தெரியும் கோட்டை!

புலவர்:
தம்பி நன்றி!

பையன்:
ஒதுங்கிப் போங்க, அதோ பன்றி!
நடவுங்கள் கவலை இன்றி!

புலவர்:
நள்ளிருளும் வந்ததுவோ? - பெண்டு
பிள்ளைகளின் நிலை எதுவோ?
கொள்ளிநிகர் பசி நோயால் பறந்தாரோ? - அவர்
கொண்டதுயர் தாங்காமல் இறந்தாரோ?
உள்ளதொரு பாண்டிநகர் அடைந்தேனே - நான்
ஒரு காத எல்லை கடந்தேனே
தள்ளாடித் தள்ளாடி நடந்தேனே - நோய்

தாங்காமல் இருகாலும் ஒடிந்தேனே!
தேரடியில் இன்றிரவு கழிப்பேனே - இரவு
சென்றவுடன் காலையில் விழிப்பேனே
பாராளும் பாண்டிமா நாட்டின்மேல்
பாடியே என் வறுமை ஒழிப்பேனே!

(தேரடியில் படுத்துக் கொள்ளுகிறார்)

காட்சி: 5

இடம்: *பாண்டிமா நகர்*

காலம்: *இரவு*

காட்சி உறுப்பினர்: *புலவர், பாண்டியன், அமைச்சன்!*

அரசன்:

அமைச்சரே ஊரில் திருட்டு
வஞ்சப் புரட்டுத்
தீயவர்களின் உருட்டு
நடக்கின்றனவா என்றறியும் பொருட்டுச்
சுற்றி வருகின்றோம் இந்த இருட்டு
வேளையிலும்!

அமைச்சன்:

அதனால் தானே இவ்வாறு துணிந்து
இந்த மாற்றுடை அணிந்து
பெருங்குரல் தணிந்து
நகர்வலம் வருகின்றோம்.

அரசன்:

தெற்குத் தெரு நீக்கி
வடக்குத் தெரு நோக்கி
மேற்கில் கருத்தைப் போக்கி
வருகின்றோம் தேரோடும் தெருவே பாக்கி.

அமைச்சன்:

அரசே நாரை! நாரை!
எப்பக்கத்து நீரை
எண்ணி இந்நேரத்தில் ஊரைக்
கடந்து போகின்றது இந் நாரை?

ஒருகுரல்:

'நாராய் நாராய் செங்கால் நாராய்!'

பாண்டியன்:

யாருடைய குரல் பாராய்
தேரடியிலிருந்து வருகிறது நேராய்
உற்றுக் கேட்பாய் வாராய்
எனக்குத் தோன்றுகின்றது அகவற் சீராய்!

ஒரு குரல்:

'பழம்படு பனையின் கிழங்கு பிளந்தன்ன
பவளக் கூர்வாய்ச் செங்கால் நாராய்!'

பாண்டியன்:

அடடா! பெற்றேன்
கூர்வாய்க்கு உவமை கற்றேன்
இன்பம் உற்றேன்!

ஒருகுரல்:

'நீயும் உன்மனைவியும்

தென்றிசைக் குமரியாடி வடதிசைக்
கேகுவீ ராயின் எம்மூர்ச்
சத்திமுத்த வாவியுள் தங்கி,
நனைசுவர்க் கூரைக் கனைகுரற் பல்லி
பாடு பார்த்திருக்கும் என் மனைவியைக் கண்டு'
எங்கோன் மாறன் வழுதி கூடலில்
ஆடையின்றி வாடையில் மெலிந்து
கையது கொண்டு மெய்யது பொத்திக்
காலது கொண்டு மேலது தழீஇப்
பேழையுள் இருக்கும் பாம்பென உயிர்க்கும்
ஏழை யாளனைக் கண்டனம் எனுமே!'

பாண்டியன்:

அமைச்சே! பனங்கிழங்கு பிளந்தது போன்றிருக்கிறது என்பதற்கு,
'பழம்படு பனையின் கிழங்கு பிளந்தன்ன
பவளக் கூர்வாய்' என்றார்.
மற்றும் அச்செய்யுளின் பொருளை உணர்ந்தாயா?
பறந்து சென்ற நாரையைத் தன்மனைவிக்குத்
தூது விடுகின்றார், எப்படி?
நாரையே! நீயும் உன் மனைவியும் தெற்கிலுள்ள
கன்னியாகுமரியுள் மூழ்கி வடதிசைக்குச் செல்வீராயின்
அங்கே சத்திமுத்தம் என்னும் எங்கள் ஊரில் தங்கி
என் மனைவியிடம் என்நிலையைக்
கூறுவாய் என்கிறார்!
தம் மனைவி அங்கு என்னநிலையில் இருப்பாளாம் என்றால்,

நனைந்த சுவருள்ள கூரையில் இருக்கும் பல்லி தன் கணவன்

'வந்து விடுவான்' என்று கூறுவதை எதிர்பார்த்திருப்பாளாம்!

அப்படிப்பட்டவளிடம் நாரை என்ன சொல்லவேண்டுமாம்?

பாண்டியன் ஆளும் மதுரையில் ஆடையில்லாமல் குளிர் காற்றில்

மெலிந்து கையால் உடம்பைப் பொத்திக்கொண்டு, காலை உடலால்

தழுவிப், பெட்டியில் அடைத்த பாம்புபோல் மூச்சுவிடும் ஏழையான

உன் கணவனைக் கண்டேன் என்று கூறவேண்டுமாம்!

என்னே! வறுமையின் கொடுமை! அரும்புலவரின் இரங்கத்தக்க நிலை!

நாழிகை ஆகிறது. அவரை அழைப்போம் வா!

பாண்டியன்: குறட்டை விடுகிறார், எழுப்பலாகாது. இதோ, என் போர்வையால் அவர்உடம்பைப் போர்த்து விடுகிறேன். போவோம். விடியட்டும்!

காவற்காரர்களை அனுப்பி அழைத்துக்கொள்வோம்.

காட்சி: 6

***இடம்**: பாண்டியன் பள்ளியறை*
***காலம்**: இரவு*
***காட்சி உறுப்பினர்**: மன்னன், அரசி*

***மன்னன்**:*
இருள் மடிந்தது
கூவும் சேவல் கழுத்தோ ஒடிந்தது
கதிரொளி எங்கும் படிந்தது!

***அரசி**:*
இரவு நான் தூங்கியபின் வந்தீர்கள் போலும்!
வழிபார்த்திருந்தன என் இரு விழி வேலும்!
உலாவி அலுத்தன என் இரு காலும்!
துவண்டு போயிற்று என் இடை நூலும்
ஆறிப் போயிற்றுப் பாலும்
அழகு குன்றின முப்பழத் தோலும்
வாடின கட்டிலில் மலர்வகை நாலும்
கண்விழிக்க எவ்வாறு ஏலும்
மேலும் மேலும்

***மன்னன்**:*
அதை விடு
காது கொடு
கருத் தொடு

ஒரு புலவர் ஊரின் நடு
உத விடு
கின்ற கவிதைத் தேனைச் செவி மடு
நுகர்ந்து மனம் நிறை படு
நாராய் நாராய் ....
.....’ எனுமே என்றார்!

அரசி:
‘பழம்படு பனையின் கிழங்கு பிளந்தன்ன’
ஆ! என்ன அணி!
மறக்க முடியாத கவிதைப் பணி!
வந்திருக்கிறாரா அந்தப் புலவர் மணி!

மன்னன்:
விரைவில் வா அழைப்போம்
அவர் வரவால் உயிர் தழைப்போம்
அவருக்குப் பெருந் தொண்டிழைப்போம்
நாம் பிழைப்போம்

காட்சி: 7

***இடம்**: பாண்டியன் மன்றம்*

***காலம்**: காலை*

***நாடக மாந்தர்:** பாண்டியன், வேவுகாரர், புலவர்.*

***பாண்டியன்**:*

வேவுகாரரே, இரவில் நகரைச் சுற்றிச்
சுற்றிக் கால் நொந்தேன்
தேரடி அருகில் வந்தேன்
என் போர்வை காணாமற்
போகவே உள்ளம் நைந்தேன்
கள்ளனைத் தேட உமக்குக் கட்டளை தந்தேன்.

***வேவுகாரர்**:*

அரசே போர்வையின்
அடையாளம் இன்னபடி
என்றால் சொன்னபடி
செய்வோம்!

***பாண்டியன்**:*

இழை அனைத்தும் பொன்னே
அதன் நிறம் மின்னே
முத்துத் தொங்கும் முன்னே
அதன் அழகு என்னே!
என்னே!

வேவுகாரர்:

.... இன்னே
செல்கின்றோம் எங்கள் மன்னே!

பாண்டியன்:

ஒன்றை மட்டும் நீ மறந்து விடாதே
கள்ளன் அகப்பட்டால் விடாதே
ஆயினும் அவனுக்குத் தொல்லை கொடாதே
ஐயோ ஏதும் அடாதே
பேசப் படாதே.

வேவுகாரர்:

அரசே! மறவேன் உண்ணும் ஊணை
மறப்பேனா தங்கள் ஆணை
செய்யேன் சிறிதும் கோணை

பாண்டியன்:

ஏன் சுணக்கம்?

வேவுகாரர்:

அரசே! வணக்கம்!
(போகிறார்கள்)

புலவர்:

.... பன்னாடை

போன்ற என்னாடை
கண்டிந்தப் பொன்னாடை
போர்த்தவர் எவர்?
இந்தா துணி
இதை அணி
என்கிறார், என் பசிப் பிணி
சிறிது தணி
என்றாரா, இல்லையே!
வறுமை தனக் குரிய வில்லை
எடுத்து வாட்டியும் என்னுயிர் பிரிய வில்லை
என் குடும்பநிலை அவர்க்குத் தெரிய வில்லை
அரசனிடம் போக வழி புரிய வில்லை
(எதிரில் வருவோனைப் பார்த்து)

என்ன! அவன் ஏன் பார்க்கிறான்
என்னை உற்று
வேறு வேலை அற்று
என்மேல் அவனுக் கென்ன பற்று
அவன் தலைப்பாகையோ இருபது சுற்று
மீசையோ முருங்கைக்காய் நெற்று
நானும் நிற்கிறேன் சற்று.

வேவுகாரர்:
யார்! வை!
இது அரசர் போர்வை
என்ன செய்யும் உன் பார்வை?

கேள் அரசனின் தீர்வை
இப்படிக் காலை நேர்வை
என்ன உன் முகத்தில் வேர்வை?

புலவர்:
விடிந்தது கிடந்தது என்மேல் இப் போர்வை
இது மெய்
என் வாயில் வராது பொய்
தலையைக் கொய்
வேறெது செய்யினும் செய்.

வேவுகாரர்:
வாய்ப்பேச்சுத்தான் நெய்
நடத்தை என்னவோ நொய்
அரசர் மன்னித்தால் உய்
இல்லாவிடில் உன் உயிரைக்
கொலைக் களத்தில் பெய்
நட...!

காட்சி: 8

***இடம்**: பாண்டியன் மன்று மற்றும் அரண்மனையில் ஓர் அறை*

***காலம்**: முற்பகல்*

***நாடக மாந்தர்:** அரசர், புலவர், அமைச்சர் மற்றும் காவற்காரர்*

அரசர்:

நீர் இருப்பது எந்த நத்தம்?

***புலவர்**:*

சத்தி முத்தம்!

அரசர்:

உம் தொழிலா அயலார் உடைமையை நாடுவது?

***புலவர்**:*

இல்லை, பாடுவது

அரசர்:

போர்வை ஏது?

***புலவர்**:*

தெரி யாது

நான் விழித்த போது

கிடந்தது என் மீது

அரசர்:
அமைச்சரே! இவரைத்
தனிச்சிறையில் தள்ள வேண்டும்

அமைச்சர்:
அரசே! ஏன் பதட்டம் கொள்ள வேண்டும்?
சுடுமொழி ஏன் விள்ள வேண்டும்?
ஆராயாது ஏன் துள்ள வேண்டும்?

அரசர்:
புலவரே! நீர் அடைய வேண்டியது சிறை!

புலவர்:
எனக்கா சிறை?
என்ன முறை?
நீரா ஓர் இறை?
ஆய்ந்தோய்ந்து பாராதது உம் குறை!

அரசர்:
சிறைக்குத்தான் போக வேண்டும்!
ஏன் என்னை நோக வேண்டும்?

புலவர்:
இப்படியா நான் சாக வேண்டும்?

அரசர்:
தீர்ப்பு முடி வானது.

புலவர்:
.... ஏனது?

அரசர்:
என் உரிமை எங்கே போனது?

புலவர்:
செய்தறியேனே நானது!

அரசர்:
அமைச்சரே! சிறைப்படுத்துவீர் சென்று

அமைச்சர்:
.... நன்று!

(அரண்மனையில் ஓர் அறை)

காவற்காரர்:
புலவரே! இதுதான்
நீர் இருக்க வேண்டிய அறை

புலவர்:

இதுவா சிறை?

காவற்காரர்:

ஆம்!

போம்!

புலவர்:

போகின்றோம் நாம்

(சுற்றுமுற்றும் பார்த்து)

பொன்னால் ஆன தட்டு முட்டு

திரையெல்லாம் பட்டு

கேட்கும் பாடலெல்லாம் புதிய மெட்டு

முரசின் கொட்டு

இதை விட்டு

இருபுறம் சென்றால் தங்கத் தட்டு

அதில் மணிகள் இட்டு

காட்டி வைத்துள்ளார் பகட்டு

தூண்களெல்லாம் மின் வெட்டு

அவற்றின் மேல் பறப்பன போலும் சிட்டு

சிறையில் இருக்க வேண்டியது பொத்து விளக்கு

இங்குள்ளனவோ பத்து விளக்கு

அனைத்தும் கொத்துவிளக்கு

நடுவில் தரையில் தங்கக் குத்து விளக்கு

சிறையில் தருவது தரை மட்டில்

இது தங்கக் கட்டில்

அருகில் பலவகை வட்டில்
பாவை ஆடும் தொட்டில்
இங்கில்லை செத்தைப் படுக்கை
இங்கிருப்பது பஞ்சு மெத்தைப் படுக்கை
இங்கு ஏசலும்
வசைகள் பேசலும்
மொய்க்கும் ஈசலும்
இல்லை. பொன் னூசலும்
மணம் வீசலும்
காணக்கண் கூசலும்
உண்டு

காவற்காரர்:

(வந்து)
புலவரே! இதோ சோறும்
மிளகின் சாறும்
கறிகள் பதி னாறும்
அள் ளூறும்
பண்ணியங்கள் வேறும்
உள்ளன பசி யாறும்
இன்னும் வேண்டுவன கூறும்

புலவர்:

குறுக்கே ஒருசொல் கேட்டு விடுங்கள்!
என் மனைவி மக்களையும்
இச்சிறையில் போட்டு விடுங்கள்!

காவற்காரர்:

சிரிப்புக்கு வித்து
உங்கள் எத்து
பொறுங்கள் நாள் பத்து
அரசர் வருவார் ஒத்து

புலவர்:

போய் வருவீர் நான் சாப்பிடுகின்றேன்
பிறகு கூப்பிடுகின்றேன்!

காட்சி: 9

இடம்: *மாளிகை மற்றும் சத்திமுத்தப் புலவர் வீடு*

காலம்: *காலை, பிற்பகல்*

நாடக மாந்தர்: *மன்னன், பணியாளர்கள், தம்பி, ஆள், பிள்ளை, புலவர் மனைவி*

மன்னன்:

பணியாளர்களே
சத்தி முத்தம் செல்லுங்கள்
இப்பொருள்கள் புலவர்
கொடுத்தார் என்று புலவர் மனைவியிடம்
போய்ச் சொல்லுங்கள்
வழியில் திருடர் வந்தால்
அவர்களை வெல்லுங்கள்.

பணியாள்:

அப்படியே அரசே!

அரசர்:

நடவுங்கள்
பொழுதோடு இடையில் காட்டைக் கடவுங்கள்

பணியாள்:

அரசே கும்பிடுகின்றோம்
தங்கள் பேச்சை நம்பிடுகின்றோம்.

பணியாள்:

பாகனே யானையை ஓட்டு
அடே! வண்டியைப் பூட்டு
உன் நடையை நீட்டு
தலையில் மூட்டையைப் போட்டு
சில்லரைச் சாமான்களையெல்லாம் கூட்டு
கத்தியைத் தீட்டு
உறையில் போட்டு
இடையில் கட்டிக் காட்டு.
நடவுங்கள் என் சொல்லைக் கேட்டு!
பார்த்து நடவுங்கள் உளை
சுமையைத் தடுக்கிறது பார் கிளை
அவிழ்கின்றது பார் வண்டி மாட்டின் தளை
இறுகட்டுமே குரல் வளை
வரிசையாய் ஓட்டுங்கள் குதிரை களை
ஆர் தம்பி... நில்
சத்தி முத்தம் இன்னும் எத்தனை கல்?
தெரிந்தால் சொல்
இது என்ன புல்?

தம்பி:

இல்லை அது நெல்.
சத்தி முத்தத்திற்கு அந்த வாய்க்காலைத் தாண்டிச் செல்!

ஆள்:

ஏனையா! சத்தி முத்தப் புலவர் வீடு
எங்கே உண்டு
அவருடைய பெண்டு
இருந்தால் கண்டு
புலவர் கொடுத்ததாக விண்டு
இவைகளைக் கொண்டு
சேர்ப்பது எம் தொண்டு!

தம்பி:

ஐயா! அதோ தெரிகிறதே மச்சு
அதன் அண்டையில் இருக்கிற குச்சு!

ஆள்:

புலவர் வீடு பூட்டி யிருக்கிறதே
உள் கொக்கி மாட்டி யிருக்கிறதே!

தம்பி:

தட்டு

ஒலி:

லொட்டு! லொட்டு!

தம்பி:

அவர்கள் இருப்பது அந்தக் கட்டு

ஆள்:

உம்! கையிலே கிடையாது ஒரு துட்டு
இதில் அவர்கட்குமுன் கட்டுப்
பின் கட்டு!
படிக் கட்டு
அதை மட்டு
விடு! அந்த மட்டு!

ஆள்:

அம்மை அம்மை அம்மை!

பிள்ளை:

அம்மா அழைக்கின்றார்கள் உம்மை

புலவர் மனைவி*:*

யார் அழைப்பார் நம்மை?

ஆள்:

திறவுங்கள் தாளை

புலவர் மனைவி*:*

காசில்லாத வேளை

ஆள்:

பார்த்துப் பேசுங்கள் ஆளை

புலவர் மனைவி:

உங்கள் கடனைத் தீர்க்கிறேன் நாளை

ஆள்:

கேளுங்கள் எம் சொல்லை

புலவர் மனைவி:

இப்போது கையில் காசு இல்லை

ஆள்:

இதென்ன தொல்லை
புலவர் எம்மை விடுத்தார்

புலவர் மனைவி:

ஓகோ, என்ன கொடுத்தார்?

ஆள்:

மாணிக்கச் சுட்டி,
காப்புக் கொலுசு கெட்டி,
காலுக்கு மெட்டி,
மற்றும் நகைகள் வைக்கப் பெட்டி,
வெள்ளிச் சட்டி,
பழத்த்தித்திப்புத் தொட்டி,
தங்கக் கட்டி,
யானைக் குட்டி,
மிக நீளம் அம்மா இந்தப் பட்டி!

புலவர் மனைவி:

மெய்யா ஐயா?

ஆள்:

ஐயையோ பொய்யா?

புலவர் மனைவி:

உடை

ஆள்:

என்ன தடை?
ஒரு கடை!
அப்படியே கெண்டை எடைக் கெடை!

புலவர் மனைவி:

அப்படியானால் முன்னே
கூரையின் ஓலையை
நீக்கிப் போடுங்கள் சேலையை

ஆள்:

போட்டோம், எடுத்துக் கொண்டீர்களா?

புலவர் மனைவி:

ஆம் உடுத்துக் கொண்டோம்
திறந்தேன் உள்ளே வாருங்கள்

ஆள்:

நிறையப் பொருள் பாருங்கள்
இதோ மூட்டை
சம்பா நெற் கோட்டை
காணுங்கள் பெட்டிகளின் நீட்டை
அவிழ்த்து விடுகின்றோம் வண்டிகளின் மாட்டை
இனிப் பெரிதாகக் கட்டுங்கள் வீட்டை

புலவர் மனைவி:

ஆம் வெறும் ஓட்டை
என்ன என்பது? இதுவரைக்கும் பட்ட பாட்டை.

ஆள்:

அடைய வேண்டும் எங்கள் நாட்டை
இல்லாவிட்டால் அரசர் கிழித்து விடுவார்
எங்கள் சீட்டை!
பொழுதோடு திரும்பாவிடில் திருடரின் வேட்டை
அதுவுமின்றிக் கொடியது போகும் பாட்டை
பெரிதான வேலங் காட்டைக்
கடந்தேற வேண்டும் பெரிய மேட்டை!

புலவர் மனைவி:

கேட்க மறந்தேன் இந் நேரம்
அவர் சென்றது போன வாரம்
இது அயலார்க்கு இளக் காரம்

அவர்க்கும் இல்லை நெஞ்சில் ஈரம்
சொன்னால் என் மேல் காரம்

ஆள்:
ஆடிப் பூரம்
கழிந்தால் அங்குத் திருவிழா ஆற்றின் ஓரம்

புலவர் மனைவி:
அப்படியானால் எது அவர் வருநாள்!

ஆள்:
இப்போது திருநாள்
அதன்பின் ஒரு நாள்
அல்லது இருநாள்

புலவர் மனைவி:
எல்லாம் தந்தார்
அவரும் வந்தார்
என்றால் நொந்து ஆர்
பேசுவார்?

ஆள்:
அவரிடம் சொல்லுகின்றோம்
இப்போதே செல்லுகின்றோம்

புலவர் மனைவி:

சாப்பாடாகிவிடும் ஒரு நொடி
பாப்பா ஒரு படி
போட்டு வடி
பிட்டுக்கு மா இடி
இதென்ன பாப்பா மிளகாய் நெடி
விரைவில் வேலையை முடி!

ஆள்:

எதற்கம்மா இது வேறு?
இருக்கிறதம்மா கட்டுச் சோறு
இந்தப் பொழுது போய்விடும் ஒருவாறு!

புலவர் மனைவி:

ஆய் விட்டதே!

ஆள்:

பொழுது போய் விட்டதே!

புலவர் மனைவி:

தட்டி நடப்பதற்கல்ல நான் சொல்வது!

ஆள்:

நல்லது!

காட்சி: 10

***இடம்**: அரண்மனை அந்தப்புரம், சிறை.*

***காலம்**: காலை, பிற்பகல்*

***நாடக மாந்தர்**: அரசன், அரசி.*

***அரசி**:*

அத்தான், புலவரை அனுப்பி விடலாகாதா?

***அரசன்**:*

நான் அவருக்குச் செய்வது தீதா?
என் நோக்கம் தெரிவது இப் போதா?
குறை சொல்வது என் மீதா?

***அரசி**:*

வளையிலிருக்கும் நண்டு
போல, அவரைக் கண்டு
மகிழ, வீட்டுக்கும் தெருவுக்கும் நடந்து கொண்டு
இருப்பாளே, அவர் பெண்டு
அன்றியும், குண்டு
விளையாடும் பிள்ளைகள் அவருக்கு உண்டு!
அப்பாவைக் காண அவர் வண்டு
விழிகள் வருந்துமே மருண்டு!

***அரசன்**:*

கண்மணி கேள்!

புலவர்க்கு வீடு கட்ட ஆள்
அனுப்பினேன் முப்பதா நாள்.

அரசி:
ஓகோ! குடிசையாய் இருக்கப் படா தென்று
ஆட்கள் சென்று
மாடி வீடு ஒன்று
கட்டச் செய்தீர்களா? நன்று!
அத்தான், அவர் இனி ஏழை அன்று
புலவர் நின்று
தின்றாலும் அழியாது அவர் பெற்ற செல்வக் குன்று!
ஒரு பாட்டினால் அவர் தம் வறுமையைக் கொன்று
புகழ் நாட்டினார் புலவரை வென்று
அவரைத் தலைவராக்கிவிட்டது புலவர் மன்று!

அரசன்:
பெண்ணே! புலவரில் அவர் உயர்ந்த இனம்!

அரசி:
அவர் முனம்
சென்று காண விழைகின்றது என் ம்னம்!

அரசன்:
சரி, அவரைக் கண்டவுடன் மேலுக்குக் காட்டுவேன் சினம்!
அதற்காக நீ வருந்தினால் அது தெரியாத் தனம்!

அரசி:

வருந்தவில்லை உண்மையிலே!

அரசன்:

அப்படியானால் வா மயிலே!

(சிறை)

அரசன்:

பாவலரே!

புலவர்:

ஏன், காவலரே!

அரசன்:

என்ன வேண்டியது?

புலவர்:

மன்னவா, வறுமை தாண்டியது
பெண்டு பிள்ளைகளைக் காணும் அவா தூண்டியது!
அதனால் மனத்தில் துன்பம் ஈண்டியது!

அரசன்:

நீர் செய்தது புலவரே கொட்டம்
ஓராண்டு, சிறையிலிருக்க வேண்டியது சட்டம்!
சிறிது தளர்த்தியது என் திட்டம்
இதற்காக உம் பேச்சோ பதட்டம்!

என் ஆட்சியை என்ன நினைக்கும் இந்த மா வட்டம்!

புலவர்:
பார்க்க விரும்புகிறேன்
பார்த்து விட்டுத் திரும்புகிறேன்
இரக்கமுள்ள மன்னவா
அப்போதுதான் தீரும் என்னவா!

அரசன்:
ஆரடா பல்லக்குப் போக்கி!
இவரை இவர் ஊர் நோக்கி
பல்லக்கில் வைத்துத் தூக்கிச்
சென்று இவர் அவாவை நீக்கி
வாருங்கள்.

அரசன் :
புலவரே, திரும்ப வேண்டும் உடனே!

புலவர்:
அது என் கடனே!

காட்சி: 11

இடம்: *சத்திமுத்தம்*

காலம்: *காலை, பிற்பகல்*

நாடக மாந்தர்: *புலவர், மனைவி, பாப்பா, பொன்னாச்சி, கணக்கப்பிள்ளை, குப்பன்*

புலவர்:

பாண்டியனூர் நாடினேன்
மாளிகை தேடினேன்
தேரடியில் படுத்துப் பாடினேன்
பிறகு கண் மூடினேன்
விடியப் போர்வை இருந்தது, மகிழ்ச்சி கூடினேன்
திருடன் என்று பிடித்தார்! வாடினேன்!

மனைவி:

பிறகு?

புலவர்:

அரசர் உன்னைச் சிறைப்படுத்தினேன் என்றார்
பல்லையே பல்லால் மென்றார்
கண்ணால் என்னைத் தின்றார்!
பிறகு சிரித்து நின்றார்!

மனைவி:

அரசர் உங்களையா புடைத்தார்?

புலவர்:

இல்லை சிறையில் அடைத்தார்

என் பசியின் எலும்பை உடைத்தார்

பதினாறு வகைக் கறிசோறு படைத்தார்

அப்ப வகையை என் வாயில் அடைத்தார்!

என் அச்சம் துடைத்தார்

மனைவி:

அப்படியா?

புலவர்:

இப்படியே கழிந்தது பகலிரவு - நேரம்

தீர்ந்தது நாலு வாரம்

மனைவி:

பின்பு....?

புலவர்:

அரசர் என்னைக் கண்டார்

போக விடை கேட்டேன் ஒப்புக் கொண்டார்!

ஆனால், உடனே திரும்ப வேண்டும் என்று விண்டார்!

மனைவி:

ஐயையோ! கோலமிட்டேன் மெழுகி

எண்ணெய் இட்டு முழுகி

என்மேலே அன்பு ஒழுகி
தங்கி இராவிடில் என்மனம் கெட்டு விடாதா அழுகி?

பாப்பா:
அப்பா...!
நீங்கள் போகாவிட்டால் தப்பா?

மனைவி:
மேலும், வானத்தை மூடியிருக்கிறது மப்பா?
வழியில் நனைவதில் தித் திப்பா!

புலவர்:
அட! சுப்பா
சின் னப்பா!
ஏன் குப்பா?
இப்போது போக வேண்டியது கண் டிப்பா?

குப்பன்:
போகலாம் விடிந்தால்.

புலவர்:
அரசர் கடிந்தால்?

குப்பன்:
எங்கள் கால் ஒடிந்தால்
நாங்கள் மடிந்தால்!

முடிந்தால் தானே ஐயா?

புலவர்:
சரி போவது நாளை!
ஏனென்றால் வருத்திக் கொள்ளக் கூடாது தோளை!

புலவர்:
ஏன் அழுகிறாய் பாப்பா?
கையை உறுத்துவது தங்கக் காப்பா?

பாப்பா:
இவ்வளவு கெட்டியா போப்பா?
பொன்னாச்சி...! சின்னப் பிள்ளை
அழுகிறானே ஏன்?

பொன்:
முக்கனியும் தேன்
அதைவிட்டு அவன், மான்
வேண்டுமென்று அழுகின் றான்!

புலவர்:
என்ன அது பார், அந்த மூலை

பொன்:
ஆம்! கல்லிழைத்த மாலை!
கழற்றி எறிந்தேன் பழைய வேலை

புலவர்:

ஏன் கணக்கப் பிள்ளை
அந்தத் தங்கப்பெட்டியில் என்ன பழுது?
மூன்றாவது வீட்டுக்காரன்
இருக்கிறானே விழுது
அவன் ஆயிரம் பொற்காசு
கடன் கேட்கிறானே தொலை அழுது
அந்தக் கல்விக் கழகத்திற்குப்
பத்தாயிரம் கொடு தொழுது!
நாலாயிரமா செலவு இன்றைய பொழுது
கூட்டு முழுது
விடாமல் எழுது!

கணக்கப்பிள்ளை:

நம் ஆடு
மந்தை மாடு
சென்று காடு
மேய்ந்து வீடு
வந்து அடங்கக் கொட்டகை போடு
என்றார் நம் மன்றாடு

புலவர்:

ஓ! நல்ல ஏற் பாடு
மேம் பாடு
பெற ஆவன தேடு!

கணக்கப்பிள்ளை:

என்ன பிற் பாடு?

புலவர்:

நாடோறும் நம் யானை

தின்னும வெல்லப் பானை

எத்தனை? அதனோடு சேர் தேனை

வேளைக்கு இரு மூட்டை அரிசி

வைக்கச் சொல் ஓட்டு வானை!

கணக்கப்பிள்ளை:

அது செல்வத்தில் அமிழ்கின்றது

கவளத்தை உமிழ்கின்றது

புலவர்:

ஏன்? அரிசியுடன் கலந்த தவிட்டாலோ?

அல்லது தெவிட்டாலோ?

(குடிதாங்கி வருகின்றான்)

குடிதாங்கி:

வீட்டில் யார்?

புலவர்:

யார் நீர்?

உரைப் பீர்!

குடிதாங்கி:

கையில் கொடி தாங்கித்
தலையில் முடி தாங்கி
இந்தப் படி தாங்கி
வாழும் மன்னரோ நீர்!

புலவர்:

நீர் யார் தடிதாங்கி?

குடிதாங்கி:

தெரியாதா நான்தான் குடிதாங்கி!

புலவர்:

என்ன சேதி?

குடிதாங்கி:

உன் சொத்தில் என்ன மீதி?
அதிலே பிரித்துக் கொடு பாதி
அதுதான் நீதி!

புலவர்:

நீ என் அப்பனுக்குப் பிறந்தாயா?

குடிதாங்கி:

நான் பங்காளி என்பதை மறந்தாயா?

புலவர்:

அவ்வளவு நீ சிறந்தாயா?

குடிதாங்கி:

நீ உறவைத் துறந்தாயா?

அல்லது இருக்கிறாயா? இறந்தாயா?

புலவர்:

போ வெளியே!

குடிதாங்கி:

அட! எங் கிளியே!

கம்பங் களியே!

கறியின் புளியே

அட! அச்சங் கொளியே

மான மில்லையா துளியே

இருந்தால் பிரி உடமையை!

புலவர்:

அடடா! விளக்கி விட்டார் கடமையை

என்னிடம் காட்டாதேடா உன் மடமையை!

ஓடி விடு படுவாய்

குடிதாங்கி:

அட! பையலே! நீ கெடுவாய்

(இருவருக்கும் சண்டை)

புலவர்:

இதென்ன என் கையோடு வந்துவிட்டது!

இவன் தாடியா?

இது இவன் முக மூடியா?

இவனோர் கூத் தாடியா?

(குடிதாங்கியே பாண்டியன் என்று அறிந்து)

அரசன்:

உங்கட்குத் தொல்லை விளைக்க லானேன்

தங்கள் நிலை நலந் தானே?

புலவர்:

(பாட்டு)

வெறும்புற் கையுமரி தாங்கிள்ளைச் சோறும்என் வீட்டில்வரும்

எறும்புக்கும் ஆஸ்பத மில்லை முன்னாள் என்இருங் கலியாம்

குறும்பைத் தவிர்த்து குடிதாங்கியைச் சென்று கூடியபின்

தெறும்புற் கொல்யானை கவளங் கொள்ளாமல் தெவிட்டியதே!

அங்கும் என்னைக் காத்தீர்கள்

இங்கும் செல்வம் சேர்த்தீர்கள்!

பாண்டியன்:

புலவரே! 'நாராய் நாராய்' என்ற
அப்பாட்டுக்கு அளித்தேன்
அத்தனை பொன்னையே!
இப்பாட்டுக்கு அளித்தேன்
நான் என்னையே!

பாரதிதாசன் அவர்களின் 'சத்திமுத்தப் புலவர்' நாடகம் **முற்றும்.**

★★★

www.ingramcontent.com/pod-product-compliance
Lightning Source LLC
LaVergne TN
LVHW050952051026
849532LV00005B/1812
* 9 7 8 8 1 9 9 0 2 3 8 9 5 *